சிறிய செயல்பாடுகளும் கடமைகளும்

Small Tasks and Duties

ஜேம்ஸ் ஆலன்

(தமிழில் சே.அருணாசலம்)

வள்ளியம்மை பதிப்பகம்

mobile/WhatsApp: 91-8939478478

email: arun2010g@gmail.com

நூல் விவரம்

நூல் தலைப்பு	: சிறிய செயல்பாடுகளும் கடமைகளும்
ஆசிரியர்	: ஜேம்ஸ் ஆலன்
தமிழில்	: சே.அருணாசலம்
உரிமை@	: வள்ளியம்மை பதிப்பகம்
முதல் பதிப்பு	: ஆகஸ்ட் 2024
பக்கங்கள்	: 90
தாள்	: 70 ஜிஎஸ்எம்
அச்சகம்	: Real Impact Solutions, Chennai- 600 004
வெளியீடு	: வள்ளியம்மை பதிப்பகம்
விலை	: ரூ 60/-
ISBN	: 978-93-341-0608-4

உள்ளடக்கம்

1. சரியான தொடக்கங்கள்.....................4
2. சிறிய செயல்பாடுகளும் கடமைகளும்..40
புத்தக விலைப்பட்டியல்............................85

1. சரியான தொடக்கங்கள்

ஒவ்வொரு நாளும், பொதுவான விஷயங்கள், தினசரி நடவடிக்கைகள் அந்த அந்த நேரத்தில் அரங்கேறி பின் முடிகின்றன.

அவற்றினால் விளையும் இன்பமும் துன்பமும்

நம்மை மேல் நிலைக்கு அழைத்துச் செல்லும் படிக்கட்டுகள்.

வானுயரப் பறப்பதற்கு நம்மிடம் சிறகுகள் இல்லை,

ஆனால், நம்மிடம் கால்கள் இருக்கின்றன,

அடி மேல் அடி வைத்து மேல் ஏறுவதற்கு.

..லாங்ஃபெல்லோ

தினசரி வாழ்வின் தேவைகளை, அது செல்லும் பாதைகளை,

நான் செம்மையாக அழகு மிளிர அமைப்பேன்.

..பிரவுனிங்

வாழ்வு முழுவதும் தொடக்கங்கள் நிறைந்து இருக்கின்றன. அதைத் தொடங்கும் வாய்ப்பு எல்லா மனிதர்களுக்கும் ஒவ்வொரு நாளும், ஒவ்வொரு மணிப்பொழுதும் வழங்கப்படுகின்றன. பெரும்பாலான தொடக்கங்கள் சிறியவைகளாக, மிகச் சாதாரணமாக எந்த விதச் சிறப்பு முக்கியத்துவமும் இன்றித் தோன்றுகின்றன. ஆனால், உண்மையில் அவற்றில் தான் வாழ்வின் முக்கிய விஷயங்கள் அடங்கி இருக்கின்றன.

புற உலகில் ஒவ்வொன்றும் சிறிய தொடக்கங்களிலிருந்து எவ்வாறு தொடங்குகின்றன என்று கவனியுங்கள்.

பரந்து விரிந்து செல்லும் மிகப் பெரிய நதி, ஒரு வெட்டுகிளி தாவி செல்லும் அளவு அகலம் கொண்ட சிறிய நீரோடையாக இருந்தே தொடங்கியது; மிகப்பெரிய வெள்ளமும், சில மழைத் துளிகளிலிருந்தே தொடங்கியது. ஆயிரம் குளிர் காலங்களைக் கடந்து நிற்கும் வலிமையான காட்டு மரமும் சிறிய விதையிலிருந்து முளைத்த ஒன்று தான். கவனிக்கப்படாமல் தூக்கி எறியப்பட்ட சிறு தீக்குச்சியின் தீப்பொறி, ஒரு நகரையே விழுங்கும் நெருப்பிற்குக் காரணமாகலாம்.

பொருள் சாராத அக உலகிலும் பெரும் சாதனைகள் சிறிய ஆரம்பமாக இருப்பதைக் கவனியுங்கள். ஒரு சிறிய கற்பனையோ விளையாட்டாகத்

தோன்றிய எண்ணமோ ஓர் அரியக் கண்டுபிடிப்பிற்கு, காலத்தை வென்று நிற்கும் ஒரு கலை வடிவத்திற்குக் காரணமாக இருக்கலாம். பேசிய ஒரு வார்த்தை வரலாறு மாற, ஒரு திருப்பத்தை ஏற்படுத்தக் காரணமாக இருந்திருக்கலாம். போற்றிப் பின்பற்றப்பட்ட ஒரு புனித எண்ணம் காந்த சக்தி போன்று அலையையும், நம்பிக்கையையும் உலகெங்கும் ஏற்படுத்தலாம். ஒரு நொடிப் பொழுதில் உதித்த கீழான மிருக வெறி, மனதை உறையச் செய்யும் குற்றத்திற்குக் காரணமாகலாம்.

தொடக்கங்களின் முக்கியத்துவத்தை இன்னும் நீங்கள் முழுதாக உணரவில்லையா? ஒரு தொடக்கத்தில்

எவையெல்லாம் அடங்கியிருக்கின்றன என்று அறிவீர்களா? எத்தனை வகைத் தொடக்கங்களை நீங்கள் வரிசையாகச் செய்து கொண்டிருக்கிறீர்கள் என்பதையும், அது எந்த அளவு முக்கியம் என்பது பற்றியும் அறிவீர்களா? இல்லையென்றால், சிறிது நேரத்தை ஒதுக்கி, கண்டும் காணாமல் புறக்கணிக்கப்படும் இந்த நல்வழிப் பாதையின் வழிக்காட்டல்களைத் தேடிக் கவனமாக மனதில் கொள்ளுங்கள். அதைத் தேடி அறிய முற்படுபவன் பேரருள் பெற்றவனாவான். அந்த நல்வழிப்பாதை அவனுக்கு வலிமையையும், ஆதரவையும் வழங்கக் காத்திருக்கிறது.

ஒரு தொடக்கம் என்பது ஒரு முதல் காரணம், முதல் வினையாகும். அந்த வினையை ஒரு விளைவோ அல்லது தொடர்ச்சியான பல விளைவுகளோ பின் தொடர்ந்தே ஆக வேண்டும். அந்த பின் விளைவுகளின் தன்மை அந்த முதல் காரணத்தின் இயல்பை ஒத்ததாகவே இருக்கும். முதல் செயல் பின் வரக்கூடியவைகளுக்கு ஒரு முன் அறிவிப்பாக இருக்கிறது. ஒரு தொடக்கம் என்றால் ஒரு முடிவு இருக்க வேண்டும். ஒரு தேவை, ஒரு குறிக்கோள், ஓர் இலக்கு இருக்க வேண்டும். ஒரு வாயில் கதவு ஒரு பாதைக்கு அழைத்துச் செல்கிறது. அந்தப் பாதை ஒரு குறிப்பிட்ட இடத்தில் முடிவடைகிறது. ஒரு தொடக்கம்

விளைவுகளை ஏற்படுத்துகிறது. அந்த விளைவுகளைத் தொடர்ந்து ஒரு முடிவு ஏற்படுகின்றது.

தொடக்கங்கள் சரியானவைகளாகவும் இருக்கின்றன. தவறானவைகளாகவும் இருக்கின்றன. அவற்றைச் சரியான பின்விளைவுகளும், தவறான பின்விளைவுகளும் தொடர்கின்றன. நீங்கள் கவனமாக எண்ணினால், தவறான தொடக்கங்களைக் கைவிட்டு சரியான தொடக்கங்களைத் தொடர்ந்து தீய விளைவுகளிலிருந்து தப்பி நல்விளைவுகளை அனுபவிக்கலாம்.

சில வகையான தொடக்கங்களின் மீது உங்களுக்கு எந்த வகையான அதிகாரமோ, கட்டுப்பாடோ கிடையாது.

அவை எல்லாம் உங்களை மீறி இந்தப் பிரபஞ்சத்தில், உங்களைச் சூழ்ந்துள்ள இயற்கையால் நடைப்பெறுகின்றன. உங்களைப் போன்றே மற்ற மனிதர்களாலும் அவற்றைக் கட்டுப்படுத்தவோ அதிகாரம் செலுத்தவோ முடியாது.

மேலே குறிப்பிட்டுள்ள தொடக்கங்களைப் பற்றி நீங்கள் கவலைப் படத் தேவையில்லை. ஆனால், எந்த வகையான தொடக்கங்களின் மீது உங்களுக்கு முழுக் கட்டுப்பாடும், அதிகாரமும் இருக்கின்றதோ, அவற்றின் மீது உங்களின் முழுக் கவனத்தையும் ஆற்றலையும் செலுத்துங்கள். அவற்றின் விளைவுகள் ஒவ்வொன்றும் இணைந்து,

பிணைந்து, ஊடுருவி நெய்யப்பட்டதே உங்கள் வாழ்வாகும். இந்த வகையான தொடக்கங்கள் உங்கள் எண்ணங்களில், செயல்களில் பரவிக் கிடப்பதை நீங்கள் தெளிவாகக் காணலாம். தினசரி வாழ்வில் நீங்கள் சந்திக்கும், எதிர்கொள்ள வேண்டிய பல்வேறு சூழ்நிலைகளின் போது உங்களுக்குள் நிகழும் மனப்பாங்கில், மனக் கண்ணோட்டத்தில் காணலாம். சுருக்கமாகக் கூறினால், உங்கள் வாழ்வு எங்கும் காணலாம். அது நன்மையோ, தீமையோ;- உங்கள் வாழ்வு என்பது நீங்களே அமைத்துக் கொள்கிற உலகம் தான்.

பேரருள் நிறைந்த வாழ்வை வாழ வேண்டும் என்று எண்ணும் போது,

கருத்தில் கொண்டு செயல்பட வேண்டிய மிக எளியத் தொடக்கம் எது என்றால் – ஒவ்வொரு நாளும் அந்த நாளின் ஆரம்பப் பொழுதையும் நாம் எப்படித் தொடங்குகிறோம் என்பதே.

ஒவ்வொரு நாளையும் எப்படித் தொடங்குகிறீர்கள்? உறக்கம் களைந்து என்ன மணிப்பொழுதில் எழுகிறீர்கள்? உங்கள் கடமைகளை எவ்வாறு தொடங்குகிறீர்கள்? புனிதமான இந்த வாழ்வின் ஒரு புதிய நாளிற்குள் என்ன மன நிலையோடு அடி எடுத்து வைக்கிறீர்கள்? இந்த முக்கியக் கேள்விகளுக்கு எல்லாம் உங்கள் இதயத்திற்கு நீங்கள் வழங்கும் பதில்

என்ன? ஒரு நாளின் சரியான தொடக்கத்தை மகிழ்ச்சியும், தவறான தொடக்கத்தை வருத்தமும் தொடர்வதை நீங்கள் காண்பீர்கள். ஒவ்வொரு நாளும் சரியாகத் தொடங்கப்படும் போது மகிழ்ச்சியுடன் மனம் ஒத்திசைவான செயல்கள் வரிசையாக நடைபெறுகின்றன. பேரருள் நிறைந்த வாழ்விற்கு வெகு அருகில் வருகிறோம்.

ஒவ்வொரு நாளும் அதிகாலைப் பொழுது எழுவது என்பது அந்த நாளின் சரியான வலிமையான தொடக்கமாகும். உங்கள் உலக வாழ்வின் கடமைகளை ஆற்றுவதற்கு அவ்வாறு எழவேண்டிய தேவை இல்லை என்றாலும் அவ்வாறு எழ வேண்டும் என ஒரு கடமையை ஏற்படுத்திக் கொள்வது

புத்திசாலித்தனமாகும். அதிகாலையில் சோம்பலை முறித்து வலிமையாக அந்த நாளைத் தொடங்குங்கள். ஒவ்வொரு நாளும் பலவீனத்திற்கு இடம் கொடுத்துத் தொடங்கினால் உடல் உறுதியையும் மன உறுதியையும் எவ்வாறு வளர்த்துக் கொள்வீர்கள்? தனக்காக மட்டுமே வசதியையும் சுகபோகத்தையும் நாடுவதை எப்போதும் வருத்தம் பின் தொடரும். நெடு நேரம் படுக்கையில் விழுந்து கிடப்பவர்கள் சுறுசுறுப்பானவர்களாகவும் உற்சாகமானவர்களாகவும் முகப்பொலிவு உடையவர்களாகவும் இருக்க மாட்டார்கள். எளிதில் எரிச்சல் அடைபவர்களாகவும், சோர்ந்து போய் விடுபவர்களாகவும், துணிவும்,

நம்பிக்கையும் இல்லாதவர்களாகவும், புத்துணர்ச்சி இல்லாதவர்களாகவும், தீங்கானவைகளைக் கற்பனை செய்து எண்ணிக் கொண்டிருப்பவர்களாகவும், எல்லா வகையான கவலைகளைக் கொள்பவர்களாகவும் இருப்பார்கள். நெடுநேரம் படுக்கையில் விழுந்துக் கிடப்பதற்கு இது தான் அவர்கள் தருகின்ற விலையாகும். சுகபோகத்தில் திளைக்க வேண்டும் என்கிற பேராசை உணர்வு அவன் கண்ணை மறைக்கிறது. தன் நரம்புகளின் பலவீனத்தைப் போக்குவதற்காகவே மது அருந்துவதாகக் குடிகாரன் கூறிக் கொண்டிருக்கிறான். ஆனால் அவனது நரம்புகளின் பலவீனத்திற்குக் காரணமே அந்த மது தான் என்பதை எப்படியோ

அவன் மறந்து விடுகிறான். அது போலப் படுக்கையில் விழுந்துக் கிடப்பவன் தன்னுடைய கவலைகளைப் போக்குவதற்கு, துன்பங்களைத் தாங்கிக் கொள்வதற்குத் தான் அவ்வாறு படுத்துக் கிடப்பதை ஒரு வடிகாலாகக் கருதுகிறான். ஆனால் உண்மையில் அவன் அவ்வாறு படுத்துக்கிடப்பதே அவனது உற்சாகமின்மைக்கும், கவலைக்கும் காரணமாகும். நித்திரை சுகத்தில் திளைக்கவேண்டும் என்று பொதுவாகக் காணப்படும் இந்த ஆவலால் எவ்வளவு பேரிழப்பிற்கு உள்ளாகிறோம் என்பதை ஆண்களும் பெண்களும் அறியாமல் இருக்கிறார்கள். உடல் உறுதியையும், மன உறுதியையும் இழக்கிறார்கள். வளமான வாழ்வு,

புத்திக்கூர்மை, மகிழ்ச்சியை இழக்கிறார்கள்.

எனவே, அதிகாலையில் எழுந்து ஒவ்வொரு நாளையும் தொடங்குங்கள். அதிகாலையில் எழுந்து செய்தே ஆக வேண்டிய முக்கிய வேலை என்று எதுவும் இல்லை என்றாலும் அதிகாலையில் எழவேண்டும் என விரும்பி எழுங்கள். இயற்கையின் பேரழகைக் கண்டுகளிக்க உலாவச் செல்லுங்கள். ஒரு புத்துணர்ச்சியை, ஒரு பூரிப்பை, ஒரு மகிழ்ச்சியை இவற்றோடு ஒரு மன நிம்மதியையும் பெறுவீர்கள் என்பதைச் சொல்லத் தேவையில்லை. இது நீங்கள் விரும்பி எழுந்த முயற்சிக்கு இயற்கை உவந்து அளித்தப் பரிசாகும். ஒரு நல்ல செயலை

மற்றொரு நல்ல செயல் பின் தொடரும். அதிகாலையில் எந்த ஆரவாரமுமற்ற அமைதி நிலவும். எந்தக் குறிக்கோளும் இல்லை என்றாலும் ஒரு மனிதன் அதிகாலையில் எழும்போது அந்த அதிகாலைப் பொழுது அவன் மனம் தெளிவடைவதற்கும், அவன் மனம் சாந்தமடைவதற்கும் உதவுகின்றது. அந்த அதிகாலை நடை அவன் செய்ய வேண்டிய காரியங்களைக் குறித்துச் சிந்திக்க அவனுக்கு நேரத்தை வழங்குகிறது. வாழ்வையும், வாழ்வின் சிக்கல்களையும், அவனையும், அவனது பல்வேறு கடமைகளையும் தெளிந்தக் கண்ணோட்டத்தில் காண அவனுக்கு வாய்ப்பு அளிக்கின்றது. நாளடைவில் தன் மனதை இசைந்து

செயல்படுவதற்குத் தயார் படுத்திக் கொள்ள வேண்டும் என்னும் குறிகோளோடு அவன் அதிகாலை எழ ஆரம்பிக்க, பின்பு எந்த நெருக்கடியையும், எல்லாச் சிக்கலையும் சந்தித்துத் தீர்ப்பதற்கான அமைதியான வலிமையையும், தெளிந்த அறிவையும் அவன் பெறுவான்.

அதிகாலை வேளையில் மிகுந்த ஆற்றலோடு ஆன்மீக உணர்வலைகள் பரவிக் கிடக்கின்றன. தெய்வீக மவுனமும் வார்த்தைகளால் வெளிப்படுத்த முடியாத பேரமைதியும் நிலவுகிறது. உறங்கிக் களிக்க ஏங்கும் மனதை உறுதியோடும் வலிமையோடும் கைவிட்டுக் காலை இளங்கதிரை வரவேற்க மலையின் மீது ஏறுபவன்,

அவ்வாறு வளர்த்துக்கொண்ட உள்ள உறுதியினாலும், வலிமையினாலும் உண்மை, பேர் அருள் என்ற மலைகளின் பல உயர்ந்த சிகரங்களையும் தொடுவான்.

சரியாகத் தொடங்கப்பட்ட நாளின் அடையாளமாக ஒருவனைப் பின் தொடர்வது அவன் அவனது வீட்டின் உறவுகளை உள்ளன்போடும் ஆதரவோடும் உற்சாகத்தோடும் சந்திப்பதாகும். பின்பு அந்த நாளில் முடிக்கவேண்டிய செயல்களையும், கடமைகளையும் குறித்து ஆராய்ந்து உறுதியோடு அவற்றை மேற்கொண்டு நிறைவேற்றுவதாகும்.

ஒவ்வொரு நாளையும் ஒரு புதிய வாழ்வின் தொடக்கமாகக் கருத வேண்டும் என்று நினைப்பது ஆழ்ந்த அறிவான நிலையாகும். அன்றைய நாளில் ஒருவன் தனது எண்ணங்களை, செயல்களை, வாழ்வைப் புத்துணர்வோடு இதுவரை இருந்ததை விடச் சிறந்ததாக மேன்மையாக வாழலாம்.

ஒவ்வொரு நாளும் ஒரு புது ஆரம்பமே.

ஒவ்வொரு காலைப் பொழுதிலும் இந்த உலகம் புதியதாக்கப்படுகிறது.

பாவங்களையும், துக்கங்களையும் பாரமாகச் சுமந்துக் கொண்டிருப்பவர்களே!

ஓர் அழகான நம்பிக்கை இங்கே ஒளி வீசிக் கொண்டிருக்கிறது.

எல்லோருக்கும் நம்பிக்கைத் தருவதற்கு அது காத்துக்கொண்டிருக்கிறது!

நேற்றைய குற்றங்களையும், தவறுகளையும் எண்ணி வருந்தியவாறே இருந்து இன்றைய பொழுதைச் சரியாக வாழாமல் வீணாக்கிவிடாதீர்கள்! இன்று நாம் களங்கமற்று வாழ விரும்பினால் அதை நேற்று செய்த தவறினால் தடுக்க முடியாது என நம்புங்கள்! இன்றைய பொழுதை சரியாகத் தொடங்குங்கள். நேற்று வரைக் கிடைத்த அனுபவப் பாடங்களின் துணையோடு இன்றைய புதிய நாளை இது வரை வாழ்ந்த நாட்களை விட ஒருபடி மேலாக

வாழுங்கள். ஆனால் சிறந்த முறையில் தொடங்காமல் அந்த நாளைச் சிறந்த நாளாக வாழ்வது எளிதானதல்ல. ஒரு நாள் ஆரம்பிக்கப்படும் விதம் அந்தநாள் முழுதும் பரவி இழையோடும்.

மிகவும் முக்கியத்துவம் வாய்ந்த இன்னொரு ஆரம்பம் ஒரு பொறுப்பு மிக்க குறிப்பிட்ட செயல்திட்டத்தை/ நடவடிக்கையை எவ்வாறு தொடங்குகிறோம் என்பதாகும். ஒருவன் ஒரு வீட்டை எவ்வாறு கட்டத் தொடங்குகிறான்? கட்டி முடிக்கப்பட வேண்டிய வீட்டின் வரைப்படத்தை முதலில் கைகொள்கிறான். பின்பு எல்லாப் பகுதிகளையும் முழுமையாக,

நுணுக்கமாக ஆராய்ந்து செயல்திட்டத்தை வடிவமைத்துக் கொள்கிறான். அதன் பின்பு அத்திட்டத்திற்கு ஏற்ப அடித்தளத்தில் இருந்து தொடங்குகிறான். அவன் தொடக்கத்தின்/ஆரம்பத்தின்/வரைபடத்தின்/செயல்திட்டத்தின் முக்கியத்துவத்தை விளங்கிக் கொள்ளாதவனாக இருந்தால் அந்தக் கட்டிடத்திற்காக மேற்கொள்ளப்பட்ட எல்லா உழைப்பும் வீணாகிவிடும். ஒருவேளை அந்தக் கட்டிடம் பாதியில் இடிந்து விழாமல் முழுமை அடைந்து இருந்தால், எந்த நேரத்திலும் இடிந்து விழும் அபாயத்துடனேயே எந்தப் பயன்பாடுமின்றி விளங்கும். இந்த விதி எல்லா முக்கியச் செயல்களுக்கும்

பொருந்தும். தெளிவான மனத்திட்டமும் அதைத் தொடங்கும் விதமும் இன்றியமையாதது.

ஓர் ஒழுங்குமுறை, குழப்பமற்ற தெளிவான உறுதி, குறிக்கோள்/பயன்பாடு என்பவை எல்லாம் இயற்கையின் செயல்பாடுகளில் எங்கும் என்றும் எப்போதும் காணப்படும். இயற்கையின் இச்செயல்பாடுகளை எவன் கருத்தில் கொள்ளாமல் செயல்படுகிறானோ, அவன் உடனுக்குடன் தன்னுடைய ஆற்றலை முழுமையை வெற்றியை இழக்கிறான். இயற்கையின் படைப்பில் எந்தக் குறையையும் காண முடியாது. எதுவும் அரைகுறையாக விட்டுவிடப்படவில்லை. அவள்

குழப்பத்தை அறவே நீக்கி இருக்கிறாள். அல்லது குழப்பம் என்பது முழுவதுமாக அவளிடமிருந்து நீங்கி விட்டது.

ஒரு குறிக்கோளற்ற வாழ்வு

– அது தொடங்கிய நொடி முதல்

எவ்வளவு முயன்றும் எதையும் விளைவிக்காத

வறண்ட நிலமாகவே பயன்பாடின்றி இருக்கும்.

எவ்வாறுச் செயல்பட வேண்டும் என்று ஒரு திட்டத்தை மனதில் வகுத்துக் கொள்ளாமல் ஒருவன் வியாபாரத்தையோ, தொழிலையோ

தொடங்கினால் அவன் தன் முயற்சிகளில் தெளிவில்லாமல், குழப்பத்துடன் செயல்பட்டுத் தோல்வி அடைவான். ஒரு வீட்டைக் கட்டும்போது செயல்படும் விதிமுறைகள் ஒரு நிறுவனத்தை நிலைநிறுத்த முயலும் போதும் செயல்படுகின்றன. ஒரு தெளிவானத் திட்டத்தைக் குழப்பமற்ற முயற்சிகளுடன் கூடிய செயல்முறைகளும், குழப்பமற்ற செயல்முறைகளை ஒழுங்குடன் கூடிய விளைவுகளும் பின் தொடரும். ஒரு முழுமையான சிறப்பான வெற்றியும் மகிழ்ச்சியும் தேடி வரும்.

இந்த விதி இயந்திரமயமான செயல்பாடுகளுக்கும் பொருளாதார நிறுவனங்களுக்கும் மட்டும்

பொருந்தவில்லை, எல்லாவித செயல்பாடுகளும் இந்த விதிக்கு உட்படுகின்றன. நூலாசிரியனின் புத்தகம், ஓவியனின் ஓவியம், பேச்சாளனின் உரை, சீர்திருத்தவாதியின் உழைப்பு, விஞ்ஞானியின் புது இயந்திர உருவாக்கம், இராணுவத் தளபதியின் போர்தாக்குதல், இவை எல்லாம் மனதில் திட்டமிடப்பட்ட பின்பே வெளியே செயல் வடிவமாகின்றன. மனதின் உருவகத்திற்கும், உண்மையில் உருவாகிய ஒன்றிற்கும் உள்ள ஒற்றுமை, தனித்தன்மை, சிறப்புகளே வெற்றியின் அளவை முடிவு செய்யும்.

வெற்றிகரமானவர்கள் யார்? பலரது மனங்களைக் கவரும் தன்மைக் கொண்டவர்கள் யார்? நல்ல மனிதர்கள்

யார்? அவர்கள் யார் என்றால் மற்ற விஷயங்களுக்கு நடுவில் தொடங்கும் ஒன்றை உடனே அடையாளம் கண்டு அதன் முக்கியத்துவத்தை உணர்ந்து அதில் ஒளிந்திருக்கும் நன்மையைப் பயன்படுத்திக் கொள்பவர்களே! முட்டாள்கள் அவற்றை அடையாளம் காணாமல் புறம் தள்ளி விடுகிறார்கள்.

எல்லாத் தொடக்கங்களையும் விட மிக முக்கியத் தொடக்கம் ஒன்று இருக்கின்றது. பேரருளோ, பெருந்துன்பமோ அதைச் சார்ந்தே இருக்கின்றது. இருந்தும் அது கவனத்தில் கொள்ளப்படாமல் உணரப்படாமல் இருக்கின்றது. அது எது என்றால் நம்முடைய இயல்பு நிலையில் நம் மனதின் ஆழத்தில் பதியும்

எண்ணங்களே ஆகும். உங்களுடைய முழு வாழ்வும் அந்த எண்ணங்களைத் தொடர்ந்து நிகழும் செயல்களை பின் தொடரும் விளைவுகளின் தொகுப்பே. அந்த விளைவுகளுக்கு ஊற்றுக்கண் உங்களுடைய மனதில் பதிந்திருக்கும் உங்களுக்குச் சொந்தமான எண்ணங்களே. எல்லா ஒழுக்க நெறிகளையும் வடிவமைப்பது எண்ணங்களே. எல்லாச் செயல்களும் (அவை நன்றோ தீதோ) கண்களால் காணப்படும் எண்ணங்களே. மண்ணில் புதைந்த விதை, ஒரு மரமோகவோ அல்லது ஒரு செடியாகவோ வளர ஆரம்பப் புள்ளி ஆகின்றது. அந்த விதை முளை விட்டு பின் செடியாகவோ மரமாகவோ வெளிச்சத்திற்கு வந்து

வளர்கின்றது. மனதில் ஆழப்பதியும் எண்ணமானது அந்த எண்ணத்திற்கு ஏற்ற ஒழுக்கமுறையை ஏற்படுத்தும். அது மனதிற்குள் வேர்களைச் செலுத்தி இறுகப்பற்றிக் கொள்ளும். அடுத்து செயல்களாகவோ, ஒழுக்கமுறைகளாகவோ வெளிச்சத்திற்கு வரும். பின்பு குணமாகவும், விதியாகவும் ஆகின்றது.

வெறுப்பை உமிழும் எண்ணங்கள், கோபக் கனலை மூட்டும் எண்ணங்கள், பொறாமையும், பேராசையும் நிறைந்த எண்ணங்கள், தூய்மையற்றக் களங்கமான எண்ணங்கள் தவறான தொடக்கத்திற்கு அறிகுறியாகும். அவை முடிவில் துன்பத்தையே கொடுக்கும். அன்பான, கனிவான, இரக்கமான,

சுயநலமற்ற, தூய எண்ணங்கள் ஒரு சரியான தொடக்கத்திற்கு அறிகுறியாகும். அவை பெருமகிழ்ச்சிக்கும், பேரானந்தத்திற்கும், அழைத்துச் செல்லும். இது எவ்வளவு எளிய, தெளிவான, சந்தேகத்திற்கு இடமளிக்காத உண்மை. இருந்தும் நினைவில் கொள்ளாமல் மீறப்படுகின்றது. மிகக் குறைந்த அளவே உணரப்படுகின்றது.

ஒரு விதையை எங்கு, எப்பொழுது, எப்படி விதைக்க வேண்டும் என்று கற்று அறிந்து கொண்டுள்ள தோட்டக்காரன் மிகுந்த பயனையும், பலனையும், தோட்டக்கலைக் குறித்த அறிவையும் பெறுகிறான். நன்கு வளரும் செடிகளை பார்க்கும் போது அதை வளர்க்கத்

தொடங்கியவனது உள்ளம் மகிழ்ச்சியில் திளைக்கின்றது. தன் மனதிற்குள் வலிமையான எண்ணங்களை, நிறைவான எண்ணங்களைப் பரந்த நோக்கமுடைய எண்ணங்களை எவ்வாறு விதைக்க வேண்டும் என்று பொறுமையாகக் கற்றறிபவன் வாழ்வில் மிகுந்த பயனைப் பெறுகிறான். மெய்யறிவை அதிகம் பெறுகிறான். தன் மனதிற்குள் தூய்மையான, சிறந்த எண்ணங்களை விதைப்பவனைப் பேரருள் தேடி வருகின்றது.

சரியான எண்ணங்களை, சரியான செயல்களை அன்றி வேறு எதுவும் பின் தொடர முடியாது. சரியான செயல்களைச் சரியான வாழ்வை அன்றி வேறு எதுவும் பின் தொடர முடியாது.

சரியான வாழ்வை வாழும் போது எல்லாப் பேரருளும் வருகின்றது.

தன்னுடைய எண்ணங்களின் தன்மையையும் தன் வாழ்வில் அவற்றின் முக்கியப் பங்கையும் உணர்பவன்; தீய எண்ணங்களைக் களைந்து அதற்கு பதிலாக நல்லெண்ணங்களை நடத் தினமும் அயராது முயல்பவன்; – எண்ணங்களின் தன்மையில் இருந்தே முடிவுகள் ஒவ்வொன்றும் ஆரம்பம் ஆகின்றது, தன் வாழ்வின் ஒவ்வொரு அம்சத்தையும் பாதிக்கும் திறன் கொண்டிருப்பவை தனது எண்ணங்கள், ஒவ்வொரு விஷயத்தையும் ஒவ்வொரு சூழ்நிலையையும் ஊடுருவிப் புதிய வெளிச்சத்தை ஈர்க்கும் ஆற்றல் கொண்டவை எண்ணங்கள் என்று

கண்டறியும் நிலையை இறுதியில் அடைவான். இவ்வாறு கண்டுணர்ந்தப் பின் நல் எண்ணங்களை மட்டுமே எண்ணுவான். மனதில் எழும் எண்ணங்களின் தன்மையைக் கவனித்துப் பேரருளுக்கும், பெருநிம்மதிக்கும் அழைத்துச் செல்லும் எண்ணங்களை மட்டுமே தேர்ந்தெடுத்துத் தொடங்குவான்.

தீய எண்ணங்கள் உதிக்கும் போது துன்பம் பிறக்கும். வளரும் போது துன்பத்தைக் கொடுக்கும். அவை கனிகளை ஈன்றெடுக்கும் போதும் துன்பத்தையே கொடுக்கும். நல் எண்ணங்கள் உதிக்கும் போது மகிழ்ச்சிப் பிறக்கும். வளரும் போதும் மகிழ்ச்சியைக் கொடுக்கும் – அவை

ஈன்றெடுக்கும் கனிகளும் மகிழ்ச்சியையே கொடுக்கும்.

எவை எல்லாம் சரியான தொடக்கங்கள் என உள் உணர்ந்துக் கொண்டு அவற்றைத் தொடங்கி மேற்கொள்வதே ஒருவனை மெய்யறிவிற்கும், ஞானத்திற்கும் அழைத்துச் செல்லும் பாதையாகும். நிலையான மகிழ்ச்சியின் ஊற்று கண்ணும், முதலும் முடிவுமாக நின்று எல்லாவற்றையும் தழுவும் முக்கியமான ஒன்று, மனதிற்குள் நிகழும் எண்ண அசைவுகளின், எண்ண ஓட்டங்களின் தொடக்கம் ஆகும். மனதில் நிகழும் இந்த எண்ண அசைவுகள் தான் சுயக்கட்டுப்பாடு, மன உறுதி, தளராத மனம், வலிமை, தூய்மை, கனிவு, உள் உணர்வு, ஒன்றை

எல்லாக் கோணங்களிலும் முழுமையாகப் பார்க்கும் தன்மை, போன்றவற்றிற்குக் காரணமாகும். இவை எல்லாம் ஒருவனை நிறைவான வாழ்வு வாழ வழி செய்யும். எவனது எண்ணங்கள் தீங்கின்றி சிறந்தவையாக இருக்கின்றனவோ அவன் துக்கத்தை நெருங்க முடியாமல் செய்துள்ளான். அவனது ஒவ்வொரு கணப்பொழுதும் நிம்மதியாக இருக்கின்றது. அவன் காலம் மகிழ்ச்சியால் சூழப்பட்டு இருக்கின்றது. பேரருளை முழுமையாக அவன் பெறுகிறான்.

2. சிறிய செயல்பாடுகளும் கடமைகளும்

நமக்கு மிக அருகில் உள்ள கடமையைச் சரியாகச் செய்வதே

சுவர்க்கத்தின் வாசல் கதவைத் திறக்கும் திறவுகோல் ஆகும்.

மிக முன்னதாகவும் அல்லாமல் மிகத் தாமதமாகவும் அல்லாமல்

சரியான நேரத்தில் வருபவனுக்குத் திரை விலகி

சுவர்க்கத்தின் காட்சிக் கிடைக்கும்.

தூரத்தில் மின்னும் நட்சத்திரம் போன்று

எந்த இடைவெளியும் இல்லாமல் எந்த ஓய்வும் இல்லாமல்

ஒவ்வொரு மனிதனும் சக்கரத்தைப் போன்று சுழன்றவாறு

அந்த நாளின் கடமைகள் ஒவ்வொன்றையும்

அவனால் முடிந்த அளவு நிறைவேற்றட்டும்.

-- கோத்தே

சரியானத் தொடக்கங்களைப் பேரருளும் தவறான தொடக்கங்களைப் பெரும் துன்பமும் தொடர்வது போல மகிழ்ச்சியும் துக்கமும் சிறிய செயல்களோடும் கடமைகளோடும் பிரிக்க முடியாதவாறு ஒன்று அறக் கலந்து இருக்கின்றன. மகிழ்ச்சியையோ துக்கத்தையோ வழங்குவதற்குக் கடமைகளுக்கு ஒரு தனிச் சக்தி இருப்பதாகக் கருத முடியாது. அந்தக் கடமையைக் குறித்து எண்ணும் மனோபாவம், அந்தக் கடமையை அணுகும் போது கொள்கின்ற மனநிலை, அந்தக் கடமையை நிறைவேற்றுவதன் நோக்கம் ஆகியவற்றில் தான் அவை எல்லாமே அடங்கி இருக்கின்றன.

பெரு மகிழ்ச்சி மட்டுமல்ல பேராற்றலும் சிறு சிறு விஷயங்களைத் தன் நலம் இல்லாமல், ஆழமாகச் சிந்தித்து அறிந்து, முறையாகச் செய்வதில் உருவாகின்றது. காரணம், வாழ்வு என்பது சிறு சிறு விஷயங்களால் ஆனதே. நாள் தோறும் எதிர்கொண்டு செய்ய வேண்டிய மிகச் சிறிய எளிய செயல்களையும் கவனமாகச் செய்வதில் மெய்யறிவும் ஞானமும் குடிக்கொண்டிருக்கின்றன. எல்லாப் பாகங்களும் சரியாக இருக்கும் போது முழுமையும் எந்தக் குறையுமின்றி இருக்கும்.

இந்தப் பிரபஞ்சத்தில் உள்ள ஒவ்வொன்றும் சிறுசிறு விஷயங்களால் ஆனவையே. மிகப் பெரிய ஒன்றின்

சிறந்த தன்மைக்குக் காரணம், அதன் சிறுசிறுப் பகுதிகளும் சிறப்பாக அமைந்து இருப்பதே. பிரபஞ்சத்தின் எந்தப் பாகமாவது குறைகளோடு இருந்தால் அது இந்த முழுப் பிரபஞ்சத்திலும் எதிரொலிக்கும். எந்தச் சிறு துகளாவது மறக்கப்பட்டிருந்தால் அந்த முழுமை அதன் முழுச் செயல்பாட்டை இழக்கும். ஒரு பிடியளவு மண் இல்லை என்றாலும் இந்தப் பூமி இப்போது போன்று இருக்க முடியாது. பூமிச் சிறப்பாக இருப்பதற்கு அந்த ஒரு பிடி மண்ணும் சிறப்பாக இருப்பதே காரணம். சிறியவற்றில் கவனம் செலுத்தாமல் புறம் தள்ளுவது பெரியவற்றில் குழப்பத்தை விளைவிக்கும். ஒரு நட்சத்திரம் எந்த

அளவு சிறப்பாக இருக்கின்றதோ, பனிக்கட்டியும் அதே அளவு சிறப்பாக இருக்கின்றது. பனித்துளியும் பூமியைப் போன்றே சமச்சீரான வடிவமைப்பாக உள்ளது. ஒரு நுண்ணுயிரும் மனிதனைப் போன்றே ஒரு முறையான வடிவமைப்பைக் கொண்டுள்ளது. ஒவ்வொரு கல்லாக அடுக்கி, துளைகளிடப்பட்டுப் பொருத்தி சரிசெய்யப்பட்டு இறுதியில் தான் கோயிலானது கலைநயத்தின் அழகோடு விளங்குகிறது. சிறியவையானது பெரியவற்றின் கூப்பிட்ட குரலுக்கு ஓடி வந்து ஏவல் புரியும் வேலைக்காரன் அல்ல; பெரியவற்றின் குரு, அவற்றை வழி நடத்தும் ஆசான்.

அற்ப மனிதர்கள் பெரிய மனிதர்கள் போல் ஆக பேராவல் கொண்டுள்ளனர். ஏதாவது பெரும் சாதனைகள் செய்யத் துடிக்கின்றனர். தங்கள் உடனடிக் கவனத்திற்கு வரும் சிறிய செயல்களுக்குக் கவனத்தை, மதிப்பைச் சிறிதும் வழங்காமல் தூற்றுகின்றனர். அவற்றைச் செய்வதால் எந்தப் புகழும் பாராட்டும் கிடைக்காது. அவற்றிற்கு எல்லாம் நேரத்தை வழங்குவது ஒரு பெரிய மனிதனின் தகுதிக்கு ஏற்றதல்ல என்று கருதுகின்றனர். முட்டாள் அறிவில்லாதவனாக இருப்பதன் காரணம் அவனிடம் தன்னடக்கம் இல்லாததே. தான் அதிமுக்கியமானவன் என்று அகம்பாவம் கொண்டு செய்ய

முடியாதவற்றை/செய்ய இயலாததை இலக்காகக் கொண்டு செயல்படுகிறான்.

வாழ்வில் உயர்ந்த மனிதர்கள் அவ்வாறு உயர்ந்ததற்குக் காரணம் தன்னலம் அற்றக் கவனத்தை, மனம் சிதறாத முழு ஈடுபாட்டை அவர்களின் சிறு சிறு கடமைகளுக்கும் வழங்கியதே ஆகும். எந்தப் புகழ்ச்சியையும், எவர் பாராட்டையும் துளியளவும் கொண்டு வந்து சேர்க்காத, யார் பார்வைக்கும் செல்லாத சிறு சிறு கடமைகளேயானாலும் அவை மிகவும் தேவையான இன்றியமையாத செயல்கள் எனத் தெளிந்து, தான் என்ற அகந்தையை, தற்பெருமையைத் துறந்து அவன் கவனமாகச் செய்கின்ற காரணத்தால் அவன் மெய்யறிவையும்

பேராற்றலையும் பெறுகிறான். அவன் உயர்ந்தவனாக மதிக்கப்படவேண்டும் என்று நாடி ஓடியது இல்லை, அவன் நாடி ஓடியது நம்பிக்கையை, தன்னலமற்ற தன்மையை, நேர்மையான உழைப்பை, உண்மையை நோக்கித் தான். இவற்றை அவன் தன் தினசரி வாழ்வின் சிறிய செயல்களிலும் கடமைகளிலும் நிதமும் தேடிக் கண்டு செயல்படுத்திய போது அவனை அறியாமலே அவன் உயர்நிலையை அடைந்துவிட்டான்.

சட்டென்றவாறு நிகழும் சில நொடிப் பொழுதுகளின், கூறும் வார்த்தைகளின், பரிமாறிக் கொள்ளும் வாழ்த்துக்களின், உண்ணும் உணவின், உடுத்தும் உடையின், மற்றவர்களுடன் தொடர்புக்

கொள்வதின், ஓய்வின், உழைப்பின், எதிர்ப்பார்ப்பின்றி முயற்சிப்பதின், ஒன்றன்பின் ஒன்றாகத் தொடர்ந்து வரும் கடமைகளின், சுருக்கமாகக் கூறினால் தினசரி வாழ்வில் கவனம் செலுத்த வேண்டிய ஆயிரத்து ஒரு விஷயங்களின் முக்கியத்துவத்தையும் பெரிய மனிதன் அறிந்திருப்பான். தெய்வீக அருளுடன் அவை ஒவ்வொன்றும் தன்னை நாடி வந்து அடைந்துள்ளதைக் காண்கிறான். பற்றற்ற நடுநிலையுடன் எண்ணி சிறந்து செயல்பட வேண்டியது ஒன்று தான் தன் பங்கு, அப்போது வாழ்வு பேரருள் சிறக்கும் வாழ்வாகும் என்று எண்ணுகிறான். அவன் எதையும் உதறித் தள்ளாமல், அரக்கப் பரக்க செய்யாமல்,

தவறையும் முட்டாள்தனத்தையும் தவிர எதிலிருந்தும் தப்பிக்க எண்ணாமல் – தனக்கு வழங்கப்பட்டுள்ள, தன்னை வந்து அடைந்துள்ள, ஒவ்வொரு கடமையையும் காலம் தாழ்த்தாமல் முகம் சுளிக்காமல் செய்கிறான். தன் கைக்கு எட்டியுள்ள தன் அருகில் உள்ள கடமையை, தன்னை முழுமையாக ஒப்படைத்துச் செய்து, அவற்றினால் விளையும் இன்பம் துன்பம் இரண்டையும் மறந்து சிறு குழந்தை போன்று எந்தக் குழப்பமும் இல்லாமல் அவன் அறியாமலே ஓர் பேராற்றலை பெற்று உயர்நிலையை எட்டிவிடுகிறான்.

கன்பூஷியஸ் தன் சீடர்களிடம் "நாட்டின் அரசனுடன் அமர்ந்து உணவு அருந்தினால் எப்படி உண்பீர்களோ

அதே போன்றே உங்கள் வீட்டிலும் உண்ணுங்கள்" என வழங்கிய அறிவுரை சிறிய விஷயங்களின் முக்கியத்துவத்தை வலியுறுத்துகின்றது. மற்றொரு மிகப் பெரிய ஆசானாகிய புத்தர் கூறியுள்ள நன்மொழி, "ஏதாவது ஒன்று ஒருவனால் செய்து முடிக்கப்பட வேண்டும் என்றால், அவன் அதைச் செய்து முடிக்க உடனே முயலட்டும்". சிறிய விஷயங்களையும் கடமைகளையும் செயல்களையும் உதாசீனத்படுத்துவதும் வேண்டாத வெறுப்புக் கொள்வதும் அரைகுறையாகச் செய்வதும் பலவீனத்தின் முட்டாள்தனத்தின் அறிகுறியாகும்.

இடத்திற்கு இடம் மாறுபடும் தன்னுடைய எல்லாக் கடமைகளிலும் ஒருவன் தன்னுடைய முழுக் கவனத்தைத் தன்னலம் கருதாமல் செலுத்துவது அவனுடைய ஆற்றலும், திறமையும், புத்திசாலித்தனமும், நல் இயல்பும், இயற்கையாக வளர வழிவகுக்கும். அதன் விளைவாக அவனை மேலும் மேலும் உயர்ந்தக் கடமைகளும் பொறுப்புகளும் தேடி வரும். செடி இயற்கையாக எந்தத் திட்டமுமிடாமல் தன்னியல்பாகப் பூ பூப்பதைப் போலவே மனிதனும் உயர் குணங்களுக்குள் அடி எடுத்து வைக்கிறான். தன் ஆற்றல்களைத் தேவையற்றத் திசையில் செல்ல அனுமதிக்காமல் ஒருமுகப்படுத்திக்

கவனமுடன் இடம், பொருள் காலமறிந்து செயலாற்றுபவன் தன் ஆற்றல்களை வீணாக்கிக் கொள்ளாமல், தேவையற்ற உராய்வுகளை ஏற்படுத்திக் கொள்ளாமல் தன் வாழ்வைத் தன் குண இயல்புகளை ஒத்திசைவுடன் வழி நடத்திச் செல்கிறான்.

தற்போது உலகெங்கும், ''மன உறுதி'', ''மனதை ஒருமுகப்படுத்தும் ஆற்றல்'' போன்றவைகளை வளர்த்துக் கொள்ள வழிமுறைகள், பயிற்சிகள், செய்முறை விளக்கங்கள் அளிக்கப்படும் என்று ஏராளமான விளம்பரங்கள் புற்றீசல் போல் பரவிக் கிடக்கினறன. ஆனால் அவற்றில் நடைமுறை வாழ்வுக்குப் பயன்படும் உருப்படியான பாடங்கள் எதுவுமில்லை. "மூச்சுப் பயிற்சிகள்",

"குறிப்பிட்ட நிலையில் உடம்பை வளைத்து அமர்வது", "மனக்கண்ணில் கற்பனைகள் செய்யுமாறு சொல்வது", "மந்திரங்கள், தந்திரங்கள்" என இந்தப் பயிற்சிகளால் விரும்பியதை அடையமுடியும் என நினைப்பது செயற்கையான குறுக்கு ஏமாற்று வழிமுறையாகும். நேர் வழி என்பது - கடமையின் வழியே ஆகும். தன் உள்ளத்திலிருந்து சிதறாத முழுக் கவனத்தைத் தன் ஒவ்வொரு கடமையிலும் செலுத்துவதாகும். இதுவே மன உறுதியும் ஒருமுகத்தன்மையும் நிலைத்து வளர இயற்கையான வழியாகும். ஆனால் இந்த இயற்கையான பாதை சில

அறிஞர்களாலும் அறியப்படாமல், பயணம் செய்யப்படாமல் இருக்கின்றது.

இயற்கைக்குப் பொருந்தாத முறையில் வலிய செயல்பட்டு இவ்வகை ஆற்றல்களைப் பெற முடியும் என்னும் எண்ணத்திற்கு முற்றுப்புள்ளி வைக்க வேண்டும். குழந்தை பருவத்திலிருந்து வாலிப பருவத்திற்கு வளரக் காலங்கள் உருண்டோட வேண்டும் என்பதைத் தவிர வேறு வழியில்லை. அது போலவே தான், "முட்டாள்தனத்திலிருந்து விவேகத்திற்கு, அறியாமையிலிருந்து அறிவிற்கு, பலவீனத்திலிருந்து பலத்திற்கு இயற்கையாக மாற வேண்டும்". மனிதன், நாளுக்கு நாள்;- எண்ணத்திற்கு எண்ணம், செயலுக்குச் செயல்,

முயற்சிக்கு முயற்சி என்று அடி மேல் அடி வைத்து படிபடியாக முன்னேறக் கற்றுக் கொள்ள வேண்டும்.

சில குறிப்பிட்ட முறையில் உடலை வளைத்து அந்த நிலையில் அமர்ந்து, பல்வேறு முறைகளில் கடுமையாக தன்னை வருத்திக் கொள்ளும் பக்கிரி, சராசரி மனிதன் பெறமுடியாத அதீத சக்தியைப் பெறுகிறான் என்பது உண்மை தான். ஆனால் அந்த சக்தியை பெரும் விலைக் கொடுத்துப் வாங்கி இருக்கிறான். அவன் வேறு திசைகளில் தனக்குத் தேவைப்படும் சக்திகளைப் பறிகொடுத்தோ இழந்தோ தான் இந்த அதீத சக்திகளைப் பெற்றிருக்கிறான். அவனுக்கு மனோவசியக் கலை, சித்துவிளையாட்டுகள் ஒருவாறுப்

புரியலாம். ஆனால் அவன் உறுதியான, பயன்படும் குண இயல்புகளைப் பெற்றிருக்கவில்லை. அவன் முழுவளர்ச்சியை அடையவில்லை. அவ்வாறு தோற்றமளிக்கிறான்.

தினசரி வாழ்வில் நிகழும் மன ஒழுக்கச் சீர்க்கேடுகளை, பிறர் மீது சீறிப்பாயும் - எறிந்து விழும் மனோபாவங்களை, முட்டாள்தனங்களை, எரிச்சல்படுவது போன்ற இவற்றிலிருந்து மீள்வதே ஒரு மனிதனுடைய மன உறுதி ஆகும்; சிறிய தூண்டுதல் ஏற்பட்டால் போதும் என்று உடனே வெளிப்படத் துடிக்கும் அவற்றிற்கு இடம் கொடுக்காமல் அடக்கி ஆள்வதே மன உறுதி ஆகும்; பிரச்சினைகளுக்கும், உணர்ச்சி வேகங்களுக்கும், இடையூறான

சூழ்நிலைகளுக்கும் நடுவிலும் சாந்தமான மனதை, சுயக்கட்டுப்பாடை, பற்றின்றிச் செயல்படும் தன்மையைக் கடைப்பிடிப்பதே உண்மையான மன உறுதியை, மனதின் சக்தியை வளர்த்துக் கொள்வதாகும். இவற்றிலிருந்து இம்மியளவு குறைந்தாலும் அவற்றை மனதின் உண்மையான சக்தியாகக் கருத முடியாது. தினசரி வாழ்வின் கடமைகளையும், அழுத்தும் நிர்பந்தங்களுக்கு இடையில்;- திறமையாக, ஒழுங்காகத் தன்னலமின்றி படிப்படியாக நிறைவேற்றும் போது மட்டுமே இவ்வகை ஆற்றல்கள் இயற்கைக்குப் பொருத்தமான வழியில் இயைந்து இயல்பாக வளரும்.

ஆச்சரியமும் புதிரும் சூழ மனோசக்திகளைப் பயன்படுத்தி ஒன்றை ஒரு நேரத்தில் சாதிப்பதும், யாரும் தன்னைக் கண்காணிக்காத, தன்னை சூழ்ந்திருக்காத நேரங்களில் எரிச்சல்படுவதும், வருந்துவதும் மற்ற முட்டாள்தனங்களையும் தவறுகளையும் புரிபவன் உண்மையான தலைவன் அல்ல; எதிர்ப்பைத் தாங்கும் வலிமையும், கோபமின்மையும், மாறாத உறுதியும், சாந்தமும், எல்லையற்றப் பொறுமையுமே உண்மையான தலைவனை அடையாளம் காட்டும். தன்னைத் தானே அடக்கி ஆள்பவனே உண்மையான தலைவன். அவ்வாறு அடக்கி ஆள முடியாதவன் தலைவன் அல்ல, தலைவனைப் போன்று மாயத்

தோற்றத்தை அளிப்பவன். தனக்கு வழங்கப்பட்டுள்ள ஒவ்வொரு கடமையின் மீதும் தன் முழுக் கவனத்தைச் செலுத்துபவன், அதைக் குறைவின்றிச் சரியாக நிறைவேற்ற ஆற்றலையும் புத்திக்கூர்மையையும் பயன்படுத்துபவன், தேவையற்ற மற்றவைகளைத் தன் மனதிலிருந்து விலக்கி, தனக்கு வழங்கப்பட்டுள்ள அந்த ஒன்றை, அது எவ்வளவு சிறிய ஒன்றாக இருந்தாலும் அதை முழுமையாக, சரியாக, எந்தப் பலனையும் எதிர்பார்க்காமல் செய்ய விழைபவன், ஒவ்வொரு நாளும் மேலும் மேலும் தன் மனதைக் கட்டுப்படுத்தும் ஆற்றலை வளர்த்துக் கொள்கிறான். இருக்கும் நிலையிலிருந்து இன்னும்

உயர்நிலைக்குச் சென்றவாறு இருக்கிறான். இறுதியில் வலிமையானவனாக, தலைவனாக ஆகிறான்.

நீங்கள் இப்பொழுது செய்ய வேண்டிய ஒன்றில் மிச்சம் மீதம் என ஏதுமின்றி முழுமையான ஈடுபாட்டுடன் செயல்பட்டு வாழுங்கள். ஒவ்வொன்றுக்கும் நீங்கள் அளிக்க வேண்டிய உங்கள் பங்கை அளித்து நிறைவு செய்யுங்கள். இது தான் மனஉறுதியை வளர்த்துக் கொள்ள, எண்ணங்கள் சிதறாமல் குவிந்த நிலைப் பெற, ஆற்றல்கள் வீணாகாமல் தடுத்துப் பயன்படுத்த உண்மையான வழி. இதை விடுத்து மந்திரங்களையும் மாய வித்தைகளைப் பொருந்தாத செயற்கை

வழிமுறைகளையும் நாடாதீர்கள். தேவையான எல்லாமே உங்களிடம் உங்கள் உள்ளேயே இருக்கின்றன. நீங்கள் தற்போது இருக்கும் நிலையை எவ்வாறு பயன்படுத்திச் செயல்பட்டு மேல் எழ வேண்டும் என்பதே நீங்கள் கற்றுக் கொள்ள வேண்டிய முக்கியப் பாடமாகும். இந்த முக்கியப் பாடத்தை நீங்கள் கற்றுக் கொள்ளும் வரை உங்களுக்காகக் காத்திருக்கும் மற்ற வாய்ப்புகளையும் உயர்ந்த நிலைகளையும் நீங்கள் அடைந்து அனுபவிக்க முடியாது.

வலிமையையும், மெய்யறிவையும் பெறுவதற்கு இப்பொழுது நிகழும் இந்த நொடிப் பொழுதில் வலிமையாகவும், மெய்யறிவோடும் செயல்படுவதே சிறந்த

வழியாகும். ஒவ்வொரு "நிகழும் நொடியும்" அப்பொழுது செய்து முடிக்கப்பட வேண்டியவற்றை ஏதோ ஒரு வழியில் வெளிப்படுத்தியவாறே இருக்கும். உயர்மனிதர்கள், சான்றோர்கள் சிறியவற்றையும் ஒழுங்காகச் செய்வார்கள். தேவையான எந்த ஒன்றையும் கவனத்தில் கொள்ளாமல் ஒதுக்கித் தள்ள மாட்டார்கள். பலவீனமான மனிதனும், முட்டாளும் சிறிய செயல்களைக் இழிவாக கருதி கவனமின்றிச் செய்வதோடு அரும் பெரும் செயல்களைச் செய்யும் வாய்ப்பிற்காக ஏங்கிக் கிடக்கிறான். சிறிய செயல்களைப் புறம் தள்ளுவதிலும் அரைக்குறையாகச் செய்வதிலும் அவன்

தன் இயலாமையை உலகிற்கு இடைவிடாமல் விளம்பரப்படுத்திக் கொள்கிறான். தன்னை வழிநடத்திக் கொள்ளும் ஆற்றல் எவனிடம் மிகக் குறைவாக இருக்கின்றதோ அவன் பிறரை வழி நடத்துவற்கும் முக்கியப் பொறுப்புகளை ஏற்றுக் கொள்வதற்கும் பேராவல் கொள்கிறான். ஏதோ ஒன்றை, அது மிக அற்பமான விஷயம், அதைச் செய்வது தன் தகுதிக்கு ஏற்றதல்ல, என நினைப்பவன் தன்னைத் தானே ஏமாற்றிக் கொள்கிறான். அது உண்மையில் அற்பமான விஷயமல்ல. அவன் தகுதிக்கு மீறிய விஷயம் என்பதால் செய்யாமல் விட்டுவிடுகிறான் என்பதே உண்மையாகும்.

சிறிய செயல்களைக் கவனித்துச் சரியாகச் செய்வது வலிமையைக் கூட்டுவது போலவே, அவ்வகைச் சிறிய செயல்களைக் கவனமில்லாமல் தவறுகளோடு செய்வது பலவீனத்தை அதிகரிக்கும். ஒரு பானை சோற்றிற்கு ஒரு சோறு பதம் என்பது போலச் சிறு சிறு கடமைகளில் ஒருவன் செயல்படும் விதமே அவனது குணத்தின், இயல்புகளின் சாராம்சத்தை எடுத்துரைக்கும். பாவங்களின் ஊற்றிலிருந்து துன்பங்கள் வருவது போலப் பலவீனத்தின் ஊற்றிலிருந்தும் துன்பங்கள் வரும். நற்குணமும், நல் இயல்புகளும் ஓரளவாவது வலிமையான பின் தான் உண்மையான பேரருள் கிடைக்கும். சிறுசிறு

செயல்களுக்கும் உரிய முக்கியத்துவத்தை வழங்கி செவ்வனே செய்து முடித்துப் பலவீனன் வலியவனாகிறான். கவனத்தை சிதற விடுவதாலும் சிறிய செயல்களின் முக்கியத்துவத்தை ஒதுக்கித் தள்ளுவதாலும் தன்னியல்பான புத்திசாலித்தனத்தை இழந்து ஆற்றலை வீணடித்து வலியவன் பலவீனன் ஆகிறான். வளர்ச்சியின் விதி எவ்வளவு சாதகமாக, அனுகூலமாகச் செயல்படுகின்றது என்பதை இங்கே காணலாம். மிகக் குறைந்த அளவே உணரப்படும் அந்த விதியைக் குறிக்கும் வார்த்தைகள் "திறமையைப் பயன்படுத்துபவனிடம் இன்னும் அதிகத் திறமை தரப்படும், திறமையைப்

பயன்படுத்தாதவனிடம் இருக்கும் திறமையும் பறிக்கப்படும்". மனிதன் உள்ளத்திலிருந்து எண்ணுகின்ற ஒவ்வொரு எண்ணத்தாலும், உச்சரிக்கின்ற ஒவ்வொரு வார்த்தையாலும், அசைகின்ற ஒவ்வொரு அசைவாலும், உண்மை உணர்வோடு செய்கின்ற ஒவ்வொரு செயலாலும் உடனுக்குடன் அவனது குணத்தின் தன்மையில் கூடலும் கழிதலும் நடைபெறுகிறது. அவனது குணம் என்பது நொடிக்கு நொடி மாறிக் கொண்டிருக்கும் அளவையாகும். எண்ணம், சொல், செயல்களின் தன்மைக்கு ஏற்ற அளவில் நன்றோ தீதோ அவனது குணத்தில் ஒவ்வொரு கனமும் மிகத் துல்லியமாகத் தொடர்ந்து

கூடிக் கொண்டோ குறைந்துக் கொண்டோ இருக்கின்றது.

சிறியவற்றைக் கவனித்து ஆளும் திறன் கொண்டவனிடம் மட்டுமே பெரியவைகளும் நாடி வரும். சிறியவற்றைச் செவ்வனே நிறைவேற்றாமல் அவற்றிடம் மண்டியிடுபவன் பெரிய வெற்றிகளைப் பெற முடியாது.

ஒன்றை ஒன்று சார்ந்து கூடி செயல்படுவதன் வடிவமே வாழ்வு என்றால் அந்த மொத்த வடிவத்தின் செயல்பாடும் அந்த ஒவ்வொன்றின் செயல்பாடுகளை நம்பியே இருக்கின்றது.

வெற்றிகரமாகச் செயல்படும் வணிகம், துல்லியமாக செயல்படும் இயந்திரம், கட்டிடக் கலையின் அழகு நயத்தோடு விளங்கும் கோபுரம், அல்லது அழகான குண இயல்பு என இவை எல்லாமே எண்ணற்ற சிறுசிறு பாகங்களைச் சரிப்படுத்திய வண்ணமே உருவாகின்றது.

முட்டாள் சிறு தவறுகளை, சிறிய அத்துமீறல்களை, சிறிய குற்றங்களை, சிறு குறிப்புகளை, அடையாளங்களைப் பொருட்படுத்துவதில்லை.
பெரியவகையான ஒழுக்கக் குறைவான செயல்களில் ஈடுபடாதவரை தன்னை அற நெறிமிக்கவனாக, ஏன் புனிதமானவனாகவே கருதுகிறான். ஆனால் அவன் இவ்வாறு செய்வதால்

அறநெறிப் பாதையையும் புனிதத் தன்மையையும் இழக்கிறான். உலகமும் அவனை உள்ளவாறே அறிந்து, அவனுக்குப் பெருமதிப்பு வழங்காமல் கொண்டாடாமல், அவனை ஒருபொருட்டாகக் கருத வேண்டியது இல்லை எனக் கடந்து செல்கிறது. உலகம் அறநெறிப் பாதையில் செல்ல வேண்டும் என்பதற்காக, சக மனிதர்கள் பெரும் தவறுகளைக் கைவிட வேண்டும் என்பதற்காக, அவன் விடும் அறைக் கூவல்கள் எல்லாம் எந்தப் பலனும் அளிக்காத வெற்று முழக்கங்களே. அவனால் உலகில் எந்த மாற்றத்தையும் ஏற்படுத்த முடியாது. சிறு குற்றங்களைக் கண்டு சரிப்படுத்தத் தவறிய அவனது மனோபாவம் அவனது மொத்த

குணத்திலும், ஊடுருவி அவனது ஆளுமையைச் சிதைத்து முக்கியமில்லாதவனாகக் கருதப்படும் நிலைக்கு அவனை ஆளாக்குகிறது. தவறு என்று தெரிந்தும் அலட்டிக்கொள்ளாமல் செய்யத் துணிவதால் அவன் அவனது இயலாமையையும் பலவீனத்தையும் வெளிப்படுத்துகிறான். அவன் எதிர்பார்க்கும் மதிப்பும், மரியாதையும், தேடும் செல்வாக்கும் அவனை அடையாமல் இருக்கின்றன. முட்டாள்தனத்தைக் கற்றுக்கொள்ள யாரும் ஆவலாக இல்லாததால் அவனை யாரும் தேடி வருவது இல்லை. அவனது செயல்கள் நிலைத்து நின்று செழிப்பது இல்லை-அசைந்தாடும்

நாணலின் மீது யார் சாய்ந்து கொள்வார்கள்? அவனது வார்த்தைகளும் கேட்கும் தன்மையில்லாத செவிகளிலேயே விழுகின்றன. காரணம் செயல்படுத்தப்பட்டு, அனுபவத்தால், ஞானத்தால் விளைந்த வார்த்தைகளாக அவை இல்லை. எதிரொலியின் அழைக்கும் குரலைக் கேட்டு யார் செல்வார்கள்?

ஞானம் மிக்கவனும் ஞானம் மிக்கவனாக மாறிக் கொண்டிருப்பவனும் பொதுவாகத் தென்படும் அலட்சியத்தினால் ஏற்படும் தவறுகளில் உள்ள ஆபத்தை உணர்கின்றான். இவ்வகை தவறுகளை குறித்தும் அறநெறி எண்ணங்களை

நடைமுறைகளைச் செயல்படுத்துவது பற்றியும் பெரிதாக எந்த ஒரு முக்கியத்துவத்தையும் வழங்காமல் பெரும்பாலானவர்களே ஒதுக்கித் தள்ளினாலும், அலட்சியப் போக்கிலிருந்து விடுபடுவது தான் மீட்சிக்கான வழி என்று அவன் உணர்கிறான். மற்றவர்களால் பார்த்து உணரப்பட முடியாத தன் அகம்பாவத்திற்கு எதிரான போரை, கண நேரமே தன்னுள் நிகழும் அந்தப் போராட்ட கணங்களை அமைதியாக ஒவ்வொரு நாளும் மேற்கொள்கிறான்.

எவன் சிறிய கடமைகள், செயல்கள், வார்த்தைகள், எண்ணங்கள்

ஆகியவற்றின் பெரு முக்கியத்துவத்தை உணர்கிறானோ அவன் புனிதனாகிறான். தன்னுடைய ஒவ்வொரு எண்ணத்தாலும், ஒவ்வொரு செயலாலும் நன்மையோ தீமையோ விளைவதை, தொலை தூரத்திற்கும் காலம் கடந்தும் அவை பயணம் செய்யும் ஆற்றல் கொண்டவை என்று உணர்கிறான். எண்ணில் அடங்காத சிறுசிறு விஷயங்களை நிறைவோடும், குறைவோடும் செய்வதன் விளைவே தன் வாழ்வாக, தன் குணமாக மாறுவதை உறுதியாக உணர்ந்து தன்னை உள் நோக்கிக் கவனிக்கிறான், விழித்திருக்கிறான், தூய்மைப்படுத்திக் கொள்கிறான், தன் தவறுகளைப் படிப்படியாகத் திருத்திக்கொள்கிறான்.

கடல் நீர்த்துளிகளால் ஆனதே, பூமியும் மண்துகள்களால் ஆனதே. நட்சத்திரமும் சிறுசிறு நெருப்புப்பொறிகளால் ஆனதே. இது போலவே எண்ணங்களாலும், செயல்களாலும் ஆனதே வாழ்வு. அவை இல்லை என்றால் வாழ்வுமில்லை. ஒவ்வொரு மனிதனது வாழ்வும், அவனிடமிருந்து வெளிவந்த எண்ணங்களின், செயல்களின் விளைவுகளே. அவற்றின் கூட்டு உருவமாகவே அவன் விளங்குகிறான். குறிப்பிட்ட வரிசைப்படி ஓர் ஆண்டு நிகழ்வது போல ஒரு மனிதனது குணமும் வாழ்வும் அவனது வரிசையான எண்ணங்களாலும் செயல்களாலுமே உருவாகின்றது.

அவனது மொத்த வாழ்வை சீர்தூக்கி நோக்கினால் அதில் அவனது சிறிய எண்ணங்களின்- செயல்களின் பதிவையும், சாயலையும் கூடக் காண முடியும்.

எல்லா வகையான விஷயங்களும் பருவ நிலைகளும்

ஒன்று சேர்ந்து தான்,

ஓர் ஆண்டும் பூமி பந்தும் உருவாகின்றன.

துளிதுளியான அன்பும், இரக்கமும், தாராள உள்ளமும், விட்டுக்கொடுத்தலும் ஒன்று சேர்ந்தே, ஒருவனது உள்ளத்தை இரக்கக் குணமும், தாராள மனமும் கொண்டதாக மாற்றுகின்றன. சிறுசிறு

விஷயங்களில் தன்னலமின்றிச் செயல்படுவதும், பொறுமையைக் கடைப்பிடிப்பதும் தன் அகம்பாவத்தின் மீது வெற்றிக் கொள்வதும் தான் ஒருவனது உள்ளத்தை வலிமையாகவும், உயர்ந்ததாகவும் மாற்றுகின்றன. சிறு விஷயங்களில் கூட நேர்மையாக நடந்துக் கொள்பவனே உண்மையில் நேர்மையான மனிதனாவான். உச்சரிக்கும் சிறிய வார்த்தையிலும் செய்யும் சிறிய செயலிலும் உயர்ந்து விளங்குபவனே உண்மையில் உயர் மனிதனாவான்.

அவ்வப்பொழுது நிகழும் சிறுசிறு எண்ணங்களும் செயல்களும் வாழ்வைப்

பாதிக்க முடியாது என்று நினைப்பது வழிதவறுவதற்குப் பெரும் காரணமாகின்றது. கடந்து செல்லும் ஒவ்வொரு எண்ணமும் செயலுமே வாழ்வின் அடித்தளமும் ஜீவனும் ஆகும். இதை முழுதும் புரிந்து உணர்ந்து கொண்டால் காணப்படும் ஒவ்வொன்றும் புனிதமானதாக, செய்யப்படும் ஒவ்வொன்றும் வழிபாடாக விளங்கும். எண்ண முடியாத அளவிலான சிறுசிறு விஷயங்களில் உண்மை அடங்கியுள்ளது. அரைகுறையின்றி முழுதாக ஒன்றைச் செய்பவனே திறமைசாலி.

தேடிய செல்வமும், பொருளும், உடைமைகளும் மறைந்து போகும்.

கருத்துகள் மாறும்.

வேக உணர்ச்சிகள் நிலையானவை அல்ல.

ஆனால் சூழ்நிலைகளின் புயலை சந்தித்துத் நிலைகுலையாமல் செய்த கடமையோ தன் பங்கை ஆற்றும் வரை மறையாமல் நிற்கும்.

உங்கள் வாழ்வை சிறுசிறு பாகங்களாக வாழ்கிறீர்களே அன்றி மொத்தமான ஒரே வடிவில் அல்ல. சிறுசிறு பாகங்கள் இணைந்த ஒரு முழுமையான வடிவமே உங்கள் வாழ்வு. இந்தப் பாகங்களிலிருந்தே அந்த ஒரே முழுமை உருவாகின்றது. நீங்கள் தடம் புரளாமல் உறுதியுடன் முடிவெடுத்தால், ஒவ்வொரு பாகத்தையும், பகுதியையும்

இனிமையாக வாழ முடியும். அவ்வாறு வாழும்போது அந்த முழுமையில் ஒன்றும் விரும்பத்தகாததாக இருக்க முடியாது. சில்லறை நாணயங்களைப் பார்த்துக் கொண்டால் நாணயத் தாள்கள் தம்மைத் தாமே பார்த்துக் கொள்ளும் என்பது பொருள் சார்ந்த பழமொழி என்று மட்டும் கொள்ள முடியாது. சிறியவற்றைத் திருந்தச் செய்தால் பெரியவை தாமாகவே சரியாக நடக்கும் என்னும் பேருண்மையை விளக்கும் பழமொழியாகும். இங்கே, இப்பொழுது நிகழ்ந்து கொண்டிருக்கும் ஒன்றைச் சரியாகச் செய்ய வேண்டும் என்று உணர்ந்து கொண்டால் இவற்றின் கூட்டுத் தொகையான வாழ்வையும்

குண இயல்புகளையும் பாதுகாத்துக் கொள்ளலாம். பேரருளின் துணையோடு கூடிய மெய்யறிவோடு விளங்கலாம். பலரும் புகழும் அரும்பெரும் சாதனைகளைப் புரிய வேண்டும் என்று எந்த ஏக்கமும் கொள்ளாதீர்கள். நீங்கள் இங்கே- இப்பொழுதை, சரியாக வாழ்ந்தால், அவை தன்னாலேயே நடக்கும். உங்களது எல்லையைச் சுருக்கும், உங்களுக்குக் கட்டுப்பாடுகள் விதிக்கும், உங்களது தற்போதைய கடமையைக் குறை கூறாதீர்கள். உங்களை எட்டாமல் தள்ளியே நிற்கும் பெரும் செயல்களைச் செய்ய வேண்டும் என்று வீணாகச் சிந்திக்காதீர்கள். ஆனால் தன்னலம் என்பது அறவே இன்றி முழுமையான ஈடுபாட்டுடன்

உங்களது இப்பொழுதின் கடமையைச் செவ்வனே நிறைவேற்றுங்கள். கவனமின்மையை விலக்குங்கள். முனுமுனுப்பை விலக்குங்கள். இவ்வாறு நீங்கள் செயல்பட, இவ்வளவு நாள் நீங்கள் எதிர்பார்த்துக் காத்திருந்த உயர்நிலை உங்கள் முன் அதுவாகவே வரத் தொடங்கிவிடும். ஒன்றைப் பெற நினைக்கும் போது அதற்கு ஈடான மற்றொன்றை கொடுக்காமல் பெற நினைப்பது கீழான பலவீனமாகும். வெளி உலகப் புகழ்ச்சிகளைப் பெற முனையாதீர்கள். உங்கள் உள்ளத்தில் உயர் தன்மையை வளர்க்க பாடுப்படுங்கள். இதை நீங்கள் இப்பொழுது இருக்கும் நிலையிலிருந்தே தொடங்குங்கள்.

உங்களது கடமையின் மீது உங்களுக்கு ஏற்படும் மனச்சோர்விற்கும் வெறுப்பிற்கும் ஆன காரணம் என்பது உங்கள் மனதில் தான் இருக்கின்றது. உங்கள் கடமையைக் குறித்து நோக்கும் மனப் பார்வையை மாற்றிக் கொள்ளுங்கள். அவ்வாறு மாற்றிக் கொண்டபின் கோணலான பாதையாகத் தெரிந்த ஒன்று நேர்வழியாகக் காட்சியளிக்கிறது. கடமையின் மீது இருந்த வெறுப்பு விருப்பமாக மாறுகிறது.

உங்களைக் கடந்து செல்லும் ஒவ்வொரு நொடியும் வலிமையானதாக, களங்கமற்றதாக, பயனுள்ளதாக

இருக்கும்படி பார்த்துக் கொள்ளுங்கள். முழு ஈடுபாட்டோடும் தன்னலமற்றத் தன்மையோடும் ஒவ்வொரு செயலையும் கடமையையும் செய்யுங்கள். உங்களது ஒவ்வொரு எண்ணமும், சொல்லும், செயலும் இனிமையானதாக, உண்மையானதாக இருக்கட்டும். இவ்வாறு பயிற்சியாலும், அனுபவத்தாலும் வாழ்வின் சிறிய விடயங்களது, மதிப்பிடவும் அளந்து கூறவும் முடியாத, முக்கியத்துவத்தைக் கற்று உணருங்கள். நிலைத்து நிற்கும் பேரருளை சிறிது சிறிதாகப் பெருமளவு நீங்கள் பெறுவீர்கள்.

புத்தக விலைப்பட்டியல்

வ. எண்	ஜேம்ஸ் ஆலன் முதன்நூல்	தமிழ் மொழிபெயர்ப்பு நூல்	விலை ரூ
1	Man: King of Mind, Body and Circumstance	மனிதன்: மனம், உடல், சூழ்நிலையின் தலைவன்	125/-
2	Foundation Stones to Happiness and Success	மகிழ்ச்சிக்கும் வெற்றிக்குமான அடிதளம்	125/-

3	Out from the Heart	உள்ளத்திலிருந்தே வாழ்வு	125/-
4	Byways of Blessedness	அருள் பொழியும் நிழல் பாதைகள்	400/-
5	All These Things Added (Entering the Kingdom The Heavenly Life)	வேண்டுவன யாவும் கிட்டும் (சுவர்கத்தின் நுழைவாயில் சுவர்க வாழ்வின் தன்மைகள்)	

6	Above Life's Turmoil	வாழ்வின் கொந்தளிப்புகளை கடந்த உயர்நிலைகள்	250/-
7	Men and Systems	மனிதர்களும் அமைப்புகளும்	
8	Mastery of Destiny	விதியை நிர்ணயிக்கும் ஆற்றல்	
9	From Passion to Peace	வெறியுணர்வு முதல் நிம்மதி வரை	150/-
10	Eight Pillars of Prosperity	வளமான வாழ்வைக் கட்டமைக்கும் எட்டு தூண்கள்	250/-

11	Through the Gate of Good or Christ and Conduct	நல்வாசலின் வழியே அல்லது கிறிஸ்துவும் நல்லொழுக்கமும்	150/-
12	Morning and Evening Thoughts	காலை மாலை சிந்தனைகள் ஆங்கில மூலம்- தமிழ் மொழிபெயர்ப்பு இரண்டும் கொண்ட இரு மொழி நூல்)	200/-
13	Life Triumphant (Mastering the Heart and Mind)	வெற்றிகரமான வாழ்வு (மனதையும் இதயத்தையும் பண்படுத்தி ஆளுதல்)	220/-

14	Poems of Peace	நிம்மதியின் பாடல்கள்	250/-
15	The Shining Gateway	நேர்வழியின் சீரிய ஒளி	200/-

தொடர்புக்கு

வள்ளியம்மை பதிப்பகம்

மின்னஞ்சல்: arun2010g@gmail.com

வாட்ஸ் அப் எண்: 91-8939478478

குறிப்புக்கள்: